INSIGHT PUBLICA®

INSIGHT PUBLICA ®
Nadakkavu, Kozhikode, Kerala, 673011
www. insightpublica.com
e-mail: insightpublica@gmail. com

Menses Card

(Malayalam Poems)

Prasad Kootali

First Edition: May 2019

ISBN 978-93-87398-91-7

മെൻസസ്സ് കാർഡ്

പ്രസാദ് കൂടാളി

INSIGHT PUBLICA

കണ്ണൂർ ജില്ലയിലെ കൂടാളിയിൽ ജനനം. കൂടാളി ഹൈസ്കൂൾ, ഇരിക്കൂർ ഗവ.ഹയർ സെക്കണ്ടറി സ്കൂൾ, കൂത്തുപറമ്പ് നിർമ്മല ഗിരി കോളേജ്, ഗവ.ടി.ടി.ഐ (മെൻ) കണ്ണൂർ എന്നിവിടങ്ങളിലായി വിദ്യാഭ്യാസം. 3 വർഷം യു.പി സ്കൂൾ അധ്യാപകനായി ജോലി ചെയ്തു. പഠനകാലത്ത് തന്നെ ആദ്യ കവിതാസമാഹാരം പ്രസിദ്ധീകരിക്കപ്പെട്ടു. ഇപ്പോൾ കണ്ണൂർ ജില്ലാ ലൈബ്രറി കൗൺസിൽ ഓഫീസിൽ ജോലി ചെയ്യുന്നു. പരസ്പരം മാസിക (കോട്ടയം) സംസ്ഥാനതലത്തിൽ ഏർപ്പെടുത്തിയ കവിത പുരസ്കാരം തൃശ്ശൂർ അങ്കണം സാംസ്കാരിക വേദിയുടെ മികച്ച യുവ-കഥാ അവാർഡ് തുടങ്ങിയവ ലഭിച്ചിട്ടുണ്ട്.

കൃതികൾ: *ഹൃദയമുള്ള തോക്ക്* (കവിതകൾ), *മഴപ്പെയ്ത്തുകൾ* (കവിതകൾ), *രണ്ടാം പ്രതി* (നോവൽ)

മാതാപിതാക്കൾ: ആമേരി ശ്രീധരൻ, പി.ഗൗരി
ഭാര്യ : ടി.എസ്. സുജാത
മക്കൾ : നിലീന, അമേയ

Ph : 9446658377
Email : prasadkoodali@gmail.com

പ്രസാദ് കൂടാളി

സമർപ്പണം

എനിക്ക് നടക്കാൻ
എന്റെ നാട്ടുപാതയിൽ
കാൽപാടുകൾ അവശേഷിപ്പിച്ച് പോയ
മഹാകവി- 'പി'-ക്ക്

എനിക്ക്
വാക്കുകളുടെ വരം തന്ന്
കവിതയിൽ പുനർജനിച്ചവൾക്ക്

ഹൃദയരക്തം കൊടുത്ത്
എന്റെ കൊടിയിലെ
നക്ഷത്രമായവർക്ക്

പ്രസാദ് കുടാടി

ഇരുട്ടുമുറിയിലെ വിളക്ക്

കുരീപ്പുഴ ശ്രീകുമാർ

സമൂഹം ഇരുൾ നിറഞ്ഞ മുറിയാണെങ്കിൽ അവിടെ ഒരു കൈത്തിരി കൊളുത്തി വയ്ക്കുന്ന കൈകൾ ഈ കവിയുടേതാണ്. മഹാകവികളായ പിയും ഇടശ്ശേരിയും ഇടപ്പള്ളിയും മറ്റും ചെയ്തതുപോലെ പ്രകാശകിരണങ്ങൾ സൃഷ്ടിക്കുന്നുണ്ട് ഈ പുസ്തകത്തിലെ കവിതകൾ. അപഗ്രഥനം കവിയുടെ കർമ്മമാണെങ്കിൽ ഈ കവി അത് അനുഷ്ഠിക്കുന്നുണ്ട്. എല്ലാ മേഖലകളിലും ഈ കവിയുടെ ശ്രദ്ധ എത്തുന്നുണ്ട്.

പദ്യത്തിന്റെയും ഗദ്യത്തിന്റെയും കൈവെട്ടുന്ന പത്രാധിപരും മോന്തായവും പട്ടിയുടെ വാലും മതമുള്ള ഭാഷകളും എല്ലാം കവി അപഗ്രഥനവിധേയമാക്കുന്നുണ്ട്. കരുതലോടെ, കമനീയതയോടെ. കാൽപ്പനികതയുടെ ഇക്കിളിപ്പെടുത്തലുകൾ ഈ കവിതകളിൽ തീരെയില്ല.എന്നാൽ പരുപരുത്തതും കറുത്തതുമായ ഒരു കാൽപ്പനിക സാന്നിദ്ധ്യം വായനക്കാർക്ക് ബോധ്യപ്പെടുകയും ചെയ്യും.

മൗനത്തിന്റെ പുറ്റിൻ പുറത്ത് അഴിച്ചിട്ട പാമ്പിൻകുപ്പായവും വേരില്ലാമരങ്ങളുടെ പ്രസംഗവും യന്തിരന്മാരുടെ കാലവും കണ്ണീർപ്പാടത്ത് നൊമ്പരം വിളയിച്ച കതിരുകളും രക്തസാക്ഷിക്കുന്നിനു മുകളിലെ

സൂര്യഹൃദയവും മിണ്ടാട്ടമില്ലാത്ത സ്നേഹത്തിന്റെ മാലാഖയും ഈ കവി നമുക്ക് കാട്ടിത്തരുന്നു.

കടലിനേക്കാൾ നീലിച്ച ഉടലുകളും ന്യൂഡിൽസ് തിന്നണോ കുടിക്കണോ എന്ന് സംശയിക്കുന്ന കുട്ടിയും പേര് കൊത്തിവച്ച പൂവും താജിന്റെ പിന്നാമ്പുറത്തെ ശവക്കച്ച മൂടിയ ശിൽപ്പികളും വിരുന്നുണ്ണാൻ എത്തുന്ന ഓർമ്മകളും മുഖത്ത് കാണാവുന്ന ഭൂപടവും ഷാപ്പിലെ കുടയും ഗാന്ധിയുടെ വെടിയേറ്റു വീണു കിടക്കുന്ന ഗോഡ്സെയും അഹന്തയാൽ പീറ്റയായിപ്പോയ തലകളും വിഷം തളിച്ചവർക്കെതിരെ ചില്ലകൾ ഉയർത്തി നിൽക്കുന്ന ഒറ്റമരങ്ങളും അവൾ നിൽക്കാറുള്ള സ്ഥലത്ത് വീണുകിടക്കുന്ന ഇതൾകൊഴിഞ്ഞ പൂവും നമ്മളെ വിസ്മയദ്വീപുകളിലേക്കു കൊണ്ടുപോകുന്നു.

പ്രസാദ് കൂടാളിക്ക് ഇനിയും കൂടുതൽ ദൂരം സഞ്ചരിക്കാൻ കഴിയട്ടെ.

കവിതയിലെ രാഷ്ട്രീയം

മാധവൻ പുറച്ചേരി

പ്രസാദ് കൂടാളിയുടെ കുറെ കവിതകളാണ് മുന്നിലുള്ളത്. പുതുതലമുറയിൽ വേറിട്ടു കേൾക്കുന്ന ശബ്ദത്തിനുടമയാണ് പ്രസാദ്. ഹൃദയമുള്ള തോക്കും, മഴപ്പെയ്ത്തും വായനയിലിടം നേടിയിട്ടുണ്ട്. എഴുത്ത് ഒരു സ്വയം സമർപ്പണത്തിന്റെ വേദി കൂടിയാണ്. താൻ കണ്ട,കൊണ്ട ലോകാനുഭവങ്ങൾ കവിയുടെ എക്കാലത്തെയും ഇന്ധനങ്ങൾ തന്നെ.

എല്ലാ കവിതകളും ഓരർത്ഥത്തിൽ അല്ലെങ്കിൽ മറ്റൊരർത്ഥത്തിൽ രാഷ്ട്രീയ കവിതകളാണ്. കവിയുടെ രാഷ്ട്രീയവും കവിതയിലെ രാഷ്ട്രീയവും വേറിട്ട വായന ആവശ്യപ്പെടുന്നുണ്ട്. പ്രത്യക്ഷമായ ചിലതിനപ്പുറം അദൃശ്യമായ ചിലത് കൂടി ആവിഷ്ക്കരിക്കേണ്ടി വരും കവിതയിൽ. ഗുണപാഠങ്ങളേക്കാൾ വിമർശന പാഠങ്ങളാണ് കവിതയിൽ വിളയുന്നത് താൻ ജീവിക്കുന്ന ഇടങ്ങളെ കൂടുതൽ കൂടുതൽ മാനുഷികമാക്കാനുള്ള ഉദ്യമത്തിലാണ് പ്രസാദ് കൂടാളി എന്ന കവിയും ഏർപ്പെട്ടിട്ടുള്ളത്. ഈ സമാഹാരത്തിലെ രചനകൾ അത് സാക്ഷ്യപ്പെടുത്തുന്നുണ്ട്.

എഡിറ്റർക്കുള്ള തുറന്ന കത്ത് എന്ന കവിതതന്നെ പ്രസാദിന്റെ കാവ്യ സങ്കൽപത്തെ പരിചയപ്പെടുത്തും

പ്രിയപ്പെട്ട എഡിറ്റർ,
ഞാനാദ്യം
പദ്യത്തിലെഴുതിയപ്പോൾ
നിങ്ങളിലൊരാളെന്റെ
വലതു കൈ വെട്ടി
ഗദ്യത്തിലെഴുതിയപ്പോൾ
മറ്റേയാളെന്റെ ഇടതു കൈയ്യും

മുറിമൂക്കൻമാരുടെ ലോകത്ത് മൂക്ക് കൊണ്ട് എഴുതി പഠിക്കുന്ന കവി കൃത്യമായ രൂപകമാണ്. നവമാധ്യമങ്ങളാണ് ഇക്കാലത്തെ എഴുത്തിന്റെ പ്രധാന ആശ്രയം. വാരികകളുടെ എഡിറ്റർമാർ പലരും സർഗാത്മകതയെ കൈകാര്യം ചെയ്യുന്നതിൽ വിരുതന്മാർ ആയിരിക്കും. ഭിന്നസ്വരങ്ങൾ കേൾപ്പിക്കാനൊന്നും മിനക്കെടാൻ അവരിൽ പലരും തയ്യാറാവില്ല.

ഉപദേശികളുടെ ധാരാളിത്തം പട്ടിയുടെ വാൽ എന്ന കവിത സരസമായി പറയുന്നു. വാല് വളഞ്ഞുതന്നെ നിൽക്കേണ്ടത് ഉപദേശിയുടെ ആവശ്യമാണ്.

“സംസ്കൃതം മാഷ് വരുമ്പോൾ
അറബി ക്ലാസിലേക്ക്
പാലായനം ചെയ്യുന്ന
കുട്ടികളുടെ കൂട്ടത്തിൽ
തന്നെ കണ്ട് തുറിച്ച് പോയ
മാഷിന്റെ കണ്ണിൽ നിന്നാണ് ഞാനാദ്യം
ഭാഷക്കും മതമുണ്ടെന്ന് പഠിച്ചത്”

സംസ്കൃതം മാഷും അറബി ടീച്ചറും ഒന്ന് സ്നേഹിച്ചിരുന്നെങ്കിൽ എന്നാഗ്രഹിച്ച ശിഷ്യന് മറ്റൊരു രീതിയിലാണ് അത് സാധ്യമാവുന്നത്. ശിഷ്യനെ പുറത്താക്കാൻ മാത്രം അവർ ഒന്നിച്ച് നിന്നു. ‘നിങ്ങളെന്നെ കമ്മ്യൂണിസ്റ്റാക്കി’ എന്ന കവിത സൂക്ഷ്മരാഷ്ട്രീയം പറയാതെ പറയുന്നുണ്ട്.

മരിച്ച് വീഴുന്ന പോരാളിയുടെ വിരൽ തൊടുമ്പോൾ ഇടിമുഴക്കങ്ങൾ കേൾക്കാൻ കവിക്ക് കഴിയുന്നുണ്ട്. പോലീസ്കാർ വെടിവെച്ച് കൊന്ന വർഗ്ഗീസിനെ ഓർമ്മിപ്പിക്കുന്ന വർഗ്ഗീസ് പാറ, രക്തസാക്ഷി, ഈർക്കിൾ തുടങ്ങിയ കവിതകളിലൂടെ തന്റെ ബോധ്യങ്ങളുടെ മിടിപ്പ് പങ്ക് വയ്ക്കാൻ പ്രസാദിനായിട്ടുണ്ട്. വർത്തമാനകാല ജീവിതത്തിലെ കോമാളിക്കൂട്ടങ്ങൾ കാഴ്ചവെക്കുന്ന ചിലതിനെ കറുത്ത ഹാസ്യത്തിലൂടെ അവതരിപ്പിക്കുന്നുണ്ട് പ്രസാദ്. കേരളീയ ജീവിതത്തിൽ അടുത്തകാലത്ത് കേട്ട അസംബന്ധനാടകമായിരുന്നു. '50 കഴിഞ്ഞ സ്ത്രീകളും അതിൽ താഴെയുള്ള സ്ത്രീകളും' അവർക്ക് 'മെൻസ്സസ് കാർഡ്'' കൊണ്ടുനടക്കേണ്ട ഗതികേട്. നമ്മുടെ ജീവിതത്തിന് എങ്ങനെ വന്നുപെട്ടു?

"ഇന്നാ പ്രളയനദിക്കരയിൽ കണ്ടു
മെൻസസ്സ് കാർഡ് ഇല്ലാത്തതിനാൽ
മലയിറക്കിവിട്ട അവളെ"

ഒരു മഹാപ്രളയം കടന്ന് പോയിട്ടും കെട്ടികിടക്കുന്ന അഴുക്കുകൾ ഇവിടെ ഒരുപാട് ബാക്കിയുണ്ട്. അവയെ മുന്നിൽ നിർത്തി കാട്ടിതരാൻ കവിക്ക് ബാധ്യതയുണ്ട്. ഒത്തൊരുമയോടെ പ്രളയം നേരിട്ട ഒരു ജനതയാണ് നാം. ആ ഒരുമയാണ് ചിലരെ ഭയപ്പെടുത്തിയത്. എന്നതാണ് സത്യം. ഉടനെ അവർ പലരീതിയിൽ മനുഷ്യരെ തമ്മിലടിപ്പിക്കാൻ തെരുവിലിറങ്ങി.

വിശ്വാസത്തിന്റെ പേരിൽ അവർ നിർമ്മിച്ചെടുത്ത കള്ളകഥകൾ സൃഷ്ടിച്ച പ്രതീതി യാഥാർത്ഥ്യത്തെ പൊളിച്ചെടുക്കുന്നുണ്ട്. മെൻസസ് കാർഡ്.

- മെൻസസ്സ് കാർഡിലെ -

ഓരോ കവിതയുമെടുത്ത് വിശകലനം ചെയ്യാൻ ഞാൻ മുതിരുന്നില്ല. കാലത്തിന്റെ സ്പന്ദനം കേൾപ്പിക്കൽ കവിതയുടെ ഒരു ലക്ഷ്യമാണ്. മുറിവേറ്റ പ്രകൃതിയും പെണ്ണും കവിതയിലുണ്ട്. പോരാളിയുടെ ഉടുത്ത സ്വപ്നങ്ങളുടെ തിളക്കവുമുണ്ട്. തീർച്ചയായും കാവ്യയാത്രയിൽ ഒരു പാട് മുന്നോട്ട് പോവാനുള്ള ഇച്ഛാശക്തി പ്രസാദ് കുടാളി എന്ന കവിയിലുണ്ട്. പരിമിതികൾ ധാരാളം ഉണ്ടാവാം. വലിയ വലിയ

കാവ്യ ലക്ഷ്യങ്ങളിലേക്ക് സഞ്ചരിക്കാനുള്ള ഉദ്യമങ്ങൾ വേണ്ടതു ണ്ട്. അടയാളപ്പെടുത്താനുള്ള യാത്രകൂടിയാണ് ഓരോ എഴുത്തുകളും. തന്നെ തന്നെ കൊടുത്ത് നേടേണ്ട ചിലത് കാവ്യജീവിതം ആവശ്യ പ്പെടുന്നുണ്ട്. പ്രസാദ് കൂടാളി എന്ന കവി അതിന് തയ്യാറാണെന്ന് ഇതിലെ കവിതകൾ പറയുന്നുണ്ട്. അതിന് അന്വേഷണത്തിന്റെ തെളിച്ചങ്ങൾ കൂട്ടിനുണ്ടാവട്ടെ എന്ന് ആശംസിക്കുകയാണ് എന്റെ ദൗത്യം.

സ്നേഹാഭിവാദ്യങ്ങളോടെ

മാധവൻ പുറച്ചേരി

കവിതകൾ

തുറന്ന കത്ത്

പ്രിയപ്പെട്ട എഡിറ്റർ
ഞാനാദ്യം
പദ്യത്തിലെഴുതിയപ്പോൾ
നിങ്ങളിലൊരാളെന്റ
വലതുകൈവെട്ടി
ഗദ്യത്തിലെഴുതിയപ്പോൾ
മറ്റേയാളെന്റെ ഇടതുകൈയും

ഞാനിപ്പോൾ
മൂക്ക് കൊണ്ട്
എഴുതി പഠിക്കുകയാണ്
മൂക്ക് മുറിഞ്ഞ് പാതിയായെങ്കിലും
ഞാനുമിപ്പോൾ ഒരു എഡിറ്ററാണ്

നിങ്ങളെ പോലെ
മൂക്കില്ലാ രാജ്യത്തെ
മുറിമൂക്കൻ രാജാവ്

മോന്തായമില്ലാത്ത വീടുകൾ

പണ്ട്
എല്ലാ കരുതലും
മോന്തായത്തിനാണ്
എത്രപാടുപെട്ടു സ്വയം
ഓരോ മോന്തായവും
ഒന്ന് വളയാതിരിക്കാൻ
പല്ലി ചിലച്ചാലും
പെണ്ണ് പിഴച്ചാലും
അങ്ങേയറ്റത്ത് ഏതോ
പട്ടിക വളഞ്ഞാലും
പഴി മോന്തായത്തിന്

ഇപ്പോൾ
കോണിയില്ലാത്ത പറമ്പുകളിൽ കാണാം
ചില
മോന്തായമില്ലാത്ത വീടുകൾ

പട്ടിയുടെ വാൽ

എത്ര ഉപദേശിക്കുമ്പോഴും
എന്റെയാഗ്രഹം
നിന്റെ വാല് വളഞ്ഞ് തന്നെയിരിക്കണം

നിന്റെ നിവരാത്ത വാലിനെതിരെ
ശബ്ദിക്കുമ്പോൾ ലഭിക്കുന്ന
എന്റെ നിർവൃതി
നീയൊരിക്കലും അറിഞ്ഞിരിക്കില്ലല്ലോ

ഇപ്പോൾ
ഉപദേശികളുടെ കൈയിലെ ഓടക്കുഴൽ
തന്നെ തല്ലാനുള്ള വടിയാണെന്ന്
ഏത് പട്ടിക്കാണറിയാത്തത്

നിങ്ങളെന്നെ കമ്മ്യൂണിസ്റ്റാക്കി

സംസ്കൃതം മാഷ് വരുമ്പോൾ

ഉറുദു ക്ലാസിലേക്ക്
പലായനം ചെയ്യുന്ന
കുട്ടികളുടെ കൂട്ടത്തിൽ
എന്നെ കണ്ട് തുറിച്ച് പോയ
മാഷിന്റെ കണ്ണുകളിൽ നിന്നാണ്
ഞാനാദ്യം ഭാഷയ്ക്കും മതമുണ്ടെന്ന് പഠിച്ചത്.

നോട്ടത്തിന്റെ കടുപ്പമേറിയപ്പോൾ
ഞാൻ പ്രാർത്ഥിച്ചിട്ടുണ്ട്
ദൈവമേ
സംസ്കൃതം മാഷും
അറബി ടീച്ചറും
ഒന്ന് സ്നേഹിച്ചിരുന്നവെങ്കിൽ..
പകലിൽ പരസ്പരം മിണ്ടിലെങ്കിലും
ഒരിക്കലവർ ഒരുമിച്ചു.
പിറ്റേ ദിവസം ഞാൻ ക്ലാസിന് പുറത്താണ്.
അന്നവർ പറഞ്ഞത് ഞാനറിയുന്നത്
ഞാനും കമ്മ്യൂണിസ്റ്റായെന്ന്

(പുറമെ കടിച്ചുകീറുമെങ്കിലും
ഇപ്പോഴും
എന്നെ വകവരുത്തുന്ന കാര്യത്തിൽ
അവരെന്നും ഒന്നാണല്ലോ.)

അ-ശാന്തി

ശാന്തി തേടി ചെന്നവൾ കണ്ടത്
മൗനത്തിന്റെ വലിയ പുറ്റാണ്
പുറത്ത് അഴിച്ചിട്ട
പാമ്പിൻ കുപ്പായം

മൗനത്തിന്റെ പുറ്റിൽ
കാതോർത്തപ്പോൾ
അവൾക്ക് കിട്ടി
ചുണ്ടിലൊരു മൃദുസ്പർശം

അന്ന് മുതലാണ്
അവൾക്കും സ്വന്തമായത്
നിത്യശാന്തിയുടെ ഇഹലോകം
തച്ചുടയ്ക്കണമീ മാ-മുനിമാരുടെ
വിഷഗർഭമായ മൗനങ്ങളെ
വേണം - പുറ്റ് മടകളില്ലാത്ത
ശാന്തി - വനങ്ങൾ

വേരില്ലാത്ത മരങ്ങൾ

ചില നട്ടുച്ചകളിൽ
ചില വേരില്ലാത്ത മരങ്ങൾ
നഗര മധ്യത്തിൽ
പരസ്യബോർഡുകൾക്കിടയിൽ നിന്ന്
പ്രസംഗിക്കുന്നത് കേൾക്കാം

ഉറവ വറ്റിയ ആഴങ്ങളെ പറ്റി
വേരറ്റുപോയ പൈതൃകങ്ങളെ പറ്റി
മണ്ണൊലിച്ചുപോയ മോഹങ്ങളുടെ
പെരും കുന്നുകളെ പറ്റി

മണ്ണിലേക്ക്
ഒരടിപോലും വളരാതെ
പൂക്കാതെ കായ്ക്കാതെ
ഒരു കാക്ക പോലും വന്നിരിക്കാത്ത
ചില്ലകളിളക്കി
വായുവിലേക്ക് വാ- പിളർന്നിങ്ങനെ
പ്രസംഗിച്ച് കൊണ്ടേയിരിക്കുന്നു
ഒരു വടവൃക്ഷത്തെപോലെ
ചില നട്ടുച്ചകളിൽ
ചില വേരറ്റ് പോയ മരങ്ങൾ
ചില വേരില്ലാത്ത ചെടികൾ

വാക്ക്

എന്റെ വിരലാണ്
ഇന്നെന്റെ വാക്ക്
അത് ഞാനിങ്ങനെ
നിങ്ങൾക്കെതിരെ
ചൂണ്ടി നിൽക്കുമ്പോൾ

വാക്കുകൾ മരിച്ചുപോയെന്ന്
വിലപിക്കുന്നതെങ്ങനെ ?

ശരീരത്തിന് ചുറ്റും
മെഷീൻ ഗണ്ണുകളുള്ള
യന്തിരൻമാരുടെ കാലത്ത്
ഞാനെന്റെ വാക്കിനെ
പിൻവലിക്കുന്നതെങ്ങനെ ?

മരിച്ച് വീഴുന്ന
പോരാളികളുടെ വിരലിൽ
നിങ്ങളൊന്ന് തൊട്ട് നോക്കണം
ഗർജ്ജിക്കുന്ന ഹൃത്തിന്റെ
ഇടിമുഴക്കങ്ങൾ കേൾക്കാം

ഞാൻ

ഞാൻ
നാട്ടിയ നാട്ടയിൽ കയറാതെ
മണ്ണിൽ പടർന്ന
ഒരു വള്ളി
എന്റെ കവിത എന്റെ മുറിവുകൾ

എന്റെ കവിത
പൊട്ടി പൊട്ടി പോകുന്ന നൂല് കൊണ്ട്
തുന്നാൻ ശ്രമിക്കുന്ന ജീവിതം
എത്ര കൂട്ടി തുന്നിയിട്ടും
ഇഴകൾ അടുക്കുന്നില്ലല്ലോ
അവ എപ്പോഴും
എന്റെ ഹൃത്തിന്റെ
ആഴങ്ങൾ കാട്ടിക്കൊടുക്കുന്നു

എന്നിലേക്ക് നോക്കൂ
ഒരുപാട് മുറിവുള്ള
ഒരു ഹൃദയം കാണാം
കണ്ണീർപാടത്ത്
നൊമ്പരം വിളയിച്ച
കതിരുകൾ കാണാം

കൊയ്തെടുത്തോളൂ
ചവിട്ടി മെതിച്ചോളൂ
പത്തായം നിറച്ചോളൂ
എങ്കിലും
എന്റെ കവിത കുഞ്ഞുങ്ങൾക്കൽപ്പം
ബാക്കിവെച്ചേക്കണേ-

വർഗ്ഗീസ് പാറ

രക്തമുനമ്പിൽ ഇരിക്കും നേരം
കാണാം - കബനിയിൽ
നീർച്ചുഴിയിൽ ഒരു ഇല
അതിന്റെ അതിജീവനത്തെ
അടയാളപ്പെടുത്തുന്നത്

കാണാം
ആയുധം ധരിച്ച തേയിലകൾ
നുള്ളിയെടുക്കും കൈകളെ തട്ടിമാറ്റി
സൂര്യനെ ചോദ്യം ചെയ്യുന്നത്

കേൾക്കാം
പാപങ്ങൾ തടം കെട്ടിയ
ഒടുക്കങ്ങളുടെ നദിയിൽ നിന്ന്
ചില തുടക്കങ്ങളുടെ ആരവങ്ങൾ

കാണാം
വിശപ്പാറാത്ത മണ്ണിന്റെ
വരണ്ട വായിൽ നിന്ന്
കട്ടെടുത്ത നനവിന്റെ ഉറവിലേക്ക്
ഒരു നദിയുടെ ലോംഗ്മാർച്ച്

കണ്ടു
മടങ്ങും നേരം- കാണാം
ചരിത്രത്തിലെ ചരമക്കുറിപ്പുകളിൽ
ചങ്ങലയ്ക്കിട്ടിട്ടും
ചിതലെടുക്കാത്ത
ചില ചുവന്ന മരങ്ങളെ

ദൈവം

അവനെ
വാൾമുന തുമ്പിൽ നിർത്തി
നിങ്ങൾ പണിത സൗധങ്ങളേക്കാൾ
വിശാലമാണ്
അവന്റെ ഹൃദയം

ഒരു മിനാരവും
അവന്റെ ഉന്നതിക്ക് അപ്പുറത്തേക്ക്
വളർന്നിട്ടില്ല

ഒരു റോക്കറ്റും
അവന്റെ സ്വപ്നത്തിന്റെ
ആകാശത്തിനപ്പുറത്തേക്ക് പറന്നിട്ടില്ല

അവന്റെ രക്തവും
വിയർപ്പിന്റെ ഉപ്പും ചേർത്ത്
അനുദിനം
ലോകത്തെ മാറ്റിപ്പണിത് കൊണ്ടിരിക്കുന്ന തൊഴിലാളി
അവനല്ലാതെ
മറ്റാരാണ് ദൈവം ?

രക്തസാക്ഷി

കത്തി തീരാത്ത കനലുകൾ
ഇത്തിരി നിനക്കായി
പെയ്ത്ത് തീരാത്ത നൊമ്പരങ്ങളിൽ നിന്ന്
ഒരു ഹാരം നിനക്കായി
ഒരിക്കലും അണയാത്ത ഓർമ്മയായി
രക്തസാക്ഷിക്കുന്നിന് മുകളിൽ
നിന്റെ സൂര്യഹൃദയം

പിറവി

നമുക്ക്
അക്ഷരനൂലിനാൽ തുന്നിയ
ചിത്രപുതപ്പുകൾ പുതച്ചുറങ്ങാം
ഉള്ളിലെ വാക്കുകൾ
ചുംബിച്ചുറങ്ങട്ടെ
കാത്തിരിക്കുന്നു ഞാൻ
നിന്റെ നക്ഷത്രകണ്ണുള്ള
എന്റെ കവിത കുഞ്ഞുങ്ങളെ

ബലി

കടയ്ക്കൽ കത്തിവയ്ക്കുമ്പോൾ
ആരോ പറഞ്ഞു
വനദേവതയെ പ്രാർത്ഥിക്കണം
മരത്തിനോട് അനുവാദം വാങ്ങണം

മരത്തിൽ കൊത്തുമ്പോൾ
മൂത്ത ആശാരി പറഞ്ഞു
പതുക്കെ -
മരത്തിനെ വേദനിപ്പിക്കരുത്
അറക്കുന്നതിന് മുമ്പെ കൊടുക്കണം
ഒരു തുള്ളിവെള്ളം
ആടിന്, പോത്തിന്, കോഴിക്ക്
നമ്മുടെ സ്നേഹം വാഴ്ത്തപ്പെടട്ടെ-
പക്ഷെ

കഴുത്തിൽ കത്തിവയ്ക്കുമ്പോൾ
കൺമുമ്പിലിട്ടവനെ വെട്ടിനുറുക്കുമ്പോൾ
പിന്നിൽ നിന്നവനെ കുത്തി വീഴ്ത്തുമ്പോൾ
സ്നേഹത്തിന്റെ ഒരു മാലാഖയും മിണ്ടിയില്ല

അവരുടെ ആ മൗനമാണ്
അകാലത്തിൽ
അവനെ കൊന്നുകളഞ്ഞത്.

പെൺമരം

അവളുടെ അമ്മ
മഴയിൽ കുളിച്ച്
കാറ്റിൽ രമിച്ച്
കടപുഴകി വീണ്പോയ
ഒരു മരം

അവൾ
ആ മരത്തിന്റെ
പൊക്കിളിൽ നിന്നും
മുളച്ച് പൊന്തിയ ചെടി
മഴയിലിന്നലെ
പൂത്ത് നിൽപ്പുണ്ടവൾ വഴിയിൽ
ഒട്ടിനിൽപ്പുണ്ട് തുള്ളികൾ
ഇലപടർപ്പിൽ, ഓർമ്മയിൽ
ഓർമ്മയിൽ
ഇപ്പോഴും വച്ച് നീട്ടുന്നുണ്ട് ചില്ലകൾ
ചുംബനം ചോദിച്ച് പൂവുകൾ
ശിശിരമാണിന്ന്
ഇലപൊഴിച്ച് വിവശയായ്
കാത്ത് നിൽപ്പുണ്ടാവുമവൾ വഴിയിൽ

ആവേഗങ്ങൾ

എന്റെ മരമേ
അന്നാദ്യമായി
അരക്കെട്ടിൽ കോടാലി വീണപ്പോൾ
നിന്റെ നിർവൃതി !

ഇന്ന് മഴവിന്റെ
മൂർച്ച പോലുമറിയാതെ
ഒറ്റ കിതപ്പിൽ
മരിച്ച് വീഴുന്നു നീ

കയറ്റത്തിന് ഒരു ദൂരം
ഇറക്കത്തിന് അര ദൂരം
തെങ്ങിൽ നിന്ന് വീണ്
മട്ടല് പോലെ
ചിത കാത്ത് കിടക്കും
കിട്ടേട്ടൻ പറഞ്ഞു

എന്നിലിപ്പോൾ
കയറ്റിറക്കങ്ങളില്ല !

ചില ആൺനോട്ടങ്ങൾ

ചില നോട്ടങ്ങളുണ്ട്
മാറിൽ കൊത്തിവലിക്കുന്നത്,
അരയിൽ ചുറ്റി
ശ്വാസം മുട്ടിക്കുന്നത്

ചില നോട്ടങ്ങളുണ്ട്
ഉഴിഞ്ഞ് ഉഴിഞ്ഞ് വിവശയാക്കുന്നത്
അടിമുടി അളന്ന് ബാക്കിയളക്കാൻ
അടി തിരയുന്നത്

ചില നോട്ടങ്ങളുണ്ട്
ഒറ്റനോട്ടത്തിൽ ദഹിപ്പിക്കുന്നത്
ചിലത്
കണ്ണിൽ തട്ടി തെറിച്ച് പോവുന്നത്
എല്ലാ ആസക്തികളെയും പൂരിപ്പിക്കുന്നത്

എന്നാൽ ചിലതുണ്ട്
കണ്ണിൽ പാലം പണിയുന്നത്
എത്ര കുടഞ്ഞ്കളഞ്ഞാലും
ഉടലിൽ പടർന്ന്
ഉലച്ചുകളയുന്നത്

എന്നാൽ ചില നോട്ടങ്ങളുണ്ട്
അത്രയ്ക്ക് ആർദ്രമായത്
കൺപീലിപോലുമുലയാതെ ഉമ്മവച്ച്
ഹൃത്തിൽ പടർന്ന്
ഒരായിരം പൂമരകണ്ണുകളാവുന്നത്

എന്നാൽ
ചില ഉടലുകളുണ്ട്
കടലിനേക്കാൾ നീലിച്ചത്
മയിലിനെ പോലെ മാടിവിളിക്കുന്നത്

സമത്വത്തെ കുറിച്ച് രണ്ട് വാക്ക്

നിന്റെ ജുബ്ബ
എനിക്ക് ചുരിദാർ
ഇനിയെന്തിന് നമ്മൾക്ക്
വേഷങ്ങൾ വെവ്വേറെ

കുട്ടിക്ക് സംശയം
ന്യൂഡിൽസ് തിന്നണോ കുടിക്കണോ
തിന്നും കുടിച്ചും രസിക്കും നേരം
കിട്ടി കുട്ടിക്കൊരു തലനാരിഴ
ഇത് പപ്പയുടേതോ മമ്മിയുടെതോ
ഇനി തിന്നണോ കുടിക്കണോ
കുട്ടിക്ക് സംശയം ബാക്കി തന്നെ

ഇനി നമുക്കിടയിൽ
എന്തിനാണ് ഒരു തോണി
ഇനി അക്കരെ ഇക്കരെ ഇല്ലല്ലോ
ടി വിയിലെ തന്റെ
കാവ്യ സുന്ദരമായ ഭാഷണം കേട്ട്
അവൾ ഉറങ്ങാൻ കിടന്നു.

ഇന്ന് കുട്ടികളെ ആര് ഉറക്കും
പപ്പയോ മമ്മിയോ
തർക്കത്തിനിടയിൽ പതിവ് പോലെ
കുട്ടി അന്നും ഒറ്റയ്ക്ക് സുഖമായുറങ്ങി

ചുമരിൽ തുഴക്കാരനില്ലാതെ
നടുക്കടലിൽ ഉപേക്ഷിച്ച തോണി
ടി വിയിൽ പഴയ സിനിമാഗാനം
കണ്ണീർ കായലിലേതോ
ഒരു കടലാസിന്റെ തോണി
രണ്ട് കരയും ദൂരെ ദൂരെ

പൂവിന്റെ ഹൃദയം

അന്ന്
ഒരു പൂവിറുത്ത് നീ
നിറുകയിൽ ചൂടുമ്പോൾ
അരികിൽ ഞാനുണ്ടായിരുന്നു
അതേ - ഇതളിൽ ഞാനുണ്ടായിരുന്നു.

വിതുമ്പുമോർമ്മകൾ തുളുമ്പി നിൽക്കും
ശലഭജന്മ ചിറകിലാരോ
എഴുതിവെച്ച കവിതയായി
നോവുമെന്റെ ഹൃദയ രാഗം

ഇന്ന്,

കാലത്തിന്റെ ദംഷ്ട്രദംശമേറ്റകാൽകളാൽ നീ
ഇരുൾ തടഞ്ഞ് വീഴവെ - നിൻ
മറു കണ്ണിൻ കാഴ്ചയായ്
അരികിലിന്നും ഞാൻ മാത്രം

പേര്

ഒരുപേരിലെന്തിരിക്കുന്നു ?
പൂക്കൾക്കൊക്കെ
ഒറ്റ പേര് മതിയെന്ന്
ഇലകൾക്കിടയിൽ നിന്ന് ഒരു പൂവ്

ഇല പൊഴിഞ്ഞപ്പോഴാണ്
എല്ലാ ഇതളിലും
സ്വന്തം പേര് കൊത്തിവെച്ച
ആ പൂവിന്റെ മുഖം ഞാൻ കണ്ടത് !?

ഒടുവിൽ

ചെറുശ്ശേരിയും വള്ളത്തോളും
ചങ്ങമ്പുഴയും, കുരിപ്പുഴയും
മാത്രമല്ല
ഒടുവിൽ,
ഒരിടപ്പള്ളിയും
എന്നിൽത്തന്നെ

താജ്മഹൽ

പ്രണയിനിക്ക് പകുത്ത ഹൃദയം
പൂഴിയിൽ പൊതിഞ്ഞ് കിടക്കുന്നു
നിന്റെ മിനാരങ്ങൾ
നിലാവിന്റെ കണ്ണിൽ കുത്തുന്നു -

താജ്മഹലിന്റെ പിന്നാമ്പുറത്ത്
മണ്ണിന്റെ ശവകച്ചമൂടിയ
ശിൽപികളുടെ
മണ്ണടിഞ്ഞ കുടിലുകൾ കാണാം
കഴുത്തറുക്കപ്പെടുന്നത് വരെ
ജീവിതം
മാർബിളിൽ ഉരച്ച് തീർത്തവന്റെ
ഹൃദയം കാണാം
ചോരയൂറുന്ന ആ പടവുകളിൽ
തലകുനിച്ചിരിക്കാം.

പെണ്ണിനും കണ്ണാടിക്കും
അപ്പുറം കടക്കാനാവാത്തവന്റെ
പ്രണയസൗധം - നീ
ശവകുടീരം

അകം

ഒന്ന്

ഓർമ്മകൾ
വിരുന്നുണ്ണാനെത്തുന്ന സമയമായി
മാറി നിൽക്കുക

അവയോടി വന്ന്
ഒന്നിരിക്കുകപോലും ചെയ്യാതെ
ഒരുക്കിവച്ചതൊന്നും
കഴിക്കുക പോലും ചെയ്യാതെ
മുറിയിലാകെ തിരയാൻ തുടങ്ങും

ചിതലരിച്ച പുസ്തകത്തിലോ
എഴുതിക്കൊണ്ടിരുന്ന ഡയറിയിലോ
അയക്കാതിരുന്ന കത്തിലോ -
എഴുതിച്ചാടിയ കവിതയിലോ
തന്റെ പേരുണ്ടോ ,
എന്ന് തിരയും

ഒടുവിലെവിടെയും
നിന്നെ കാണാതെ നീ
പടിയിറങ്ങി പോവും
നീയെങ്ങനെ കാണാനാണ് ?

ഒരു കത്തിലും എഴുതാതെ
ഒരു വരിയിലും കുറിക്കാതെ
ഒരു വരയിലും നിറപ്പിക്കാതെ
എന്റെയുള്ളിൽ മാത്രം
പൂത്ത് നിൽക്കുന്ന നിന്നെ ?

രണ്ട്

ഇന്ന്
മഴവഴികളിൽ
അവളില്ലായിരുന്നു
നനഞ്ഞ് കുതിർന്ന ശലഭചിറകുകൾ
ചെളിയിൽ പുതഞ്ഞ് കിടക്കുന്നു

ഇതൾപൊഴിഞ്ഞ പൂവിന്റെ
ചുണ്ട് പൊട്ടിയ ചിരിയിലും
മഴയുടെ മുറിപ്പാടിലും
മണ്ണ് പുരണ്ടിരിക്കുന്നു

ഇന്നലെ
മഴവള്ളികളിൽ കിടന്ന്
ഊഞ്ഞാലാടുമ്പോൾ
പൂവ് ഓർത്തിട്ടുണ്ടാവുമോ ?
വെയിലിന്റെ
ചുംബനമേറ്റ് കിടന്ന ഇന്നലെകളെ
അത് മൊട്ടായിരുന്ന
ഒരു കാലത്തെ ?

മൂന്ന്

ഒടുവിൽ
ചുളിവ് വീണ മുഖത്ത്
നീയൊരു ഭൂപടം കാണും
കാലങ്ങളായ്
നാം സഞ്ചരിച്ച ദൂരങ്ങൾ കാണും
വളഞ്ഞ നട്ടെല്ലിൽ
മഴ മണ്ണിനോട് ഇഴചേർന്ന്
ആഴങ്ങളിലേക്കിറങ്ങിപ്പോയ
മഴവേരുകൾ കാണും

നരച്ച മുടിയിഴകളിൽ
തീപിടിച്ച് പോയൊരു കാട് കാണും
കുഴിഞ്ഞ കണ്ണിൽ
വരണ്ട കിണർ കാണും

ഒടുവിൽ
മുങ്ങിത്താഴ്ന്ന സൂര്യനും താഴെ
നിലച്ച ഘടികാരം കാണും

ഷാപ്പിലെ കുടി

നനഞ്ഞ് വിയർത്തൊലിച്ച്
മഴയിലാടിയാടി
വീട്ടിലെത്തുമ്പോൾ
ഉമ്മറത്തവളുണ്ടാവും

പിന്നെയാണ്
ഇടിയും മിന്നലും
ഉരുൾപൊട്ടലും കഴിഞ്ഞ്
ജീവിതം കുത്തിയൊലിച്ച് പോയ വഴിയിൽ
വീണ്ടും ഞാൻ നടക്കാനിറങ്ങും
ഷാപ്പിൽ മറന്ന് വച്ച
കുടതേടി

ആ കുടയിലായിരുന്നല്ലോ
മഴയിലൊരുപാട് ദൂരം
ഉടലില്ലാത്ത ഉയിരുമായ്
നാം ഒരുപാട് ദൂരം നടന്നത്

എങ്കിലും
പടികയറി ചെല്ലുമ്പോൾ അവനറിയാം
എത്ര കലമ്പിപെയ്താലും
അവന്റെ മുറ്റത്തിനപ്പുറത്തേക്ക്
അവൾ ഒഴുകിപരക്കില്ലെന്ന്

ഗാന്ധിമാർഗ്ഗം

ഗാന്ധിമന്ദിരത്തിൽ നിന്നൊരു
ഇളം പൈതലിൻ കരിച്ചിൽ കേട്ടു ഞാൻ
ഓടിച്ചെല്ലവെ -
അകത്തൊരു ഗോഡ്സേ
ഗാന്ധിയെ മടിയിലിരുത്തി
കാതിൽ ഗീതയോതികൊടുക്കുകയായിരുന്നു.

പുറത്തൊരു ഗോഡ്സെ
ഗാന്ധിയെ വെടിവെക്കാൻ
പഠിപ്പിക്കുകയായിരുന്നു
ഠേ ! വെടിപ്പൊട്ടി

അതാ ഗാന്ധിയുടെ വെടിയേറ്റ്
വീണ് കിടക്കുന്നു ഗോഡ്സെ !?

അപ്പോഴും
അകത്തെ നിലയ്ക്കാത്ത
ഗീതോപദേശം കേട്ട് കോരിത്തരിച്ച്
മുഖത്തോട് മുഖം നോക്കി ഇരിക്കുകയായിരുന്നു
സമാധാനത്തിന്റെ
രണ്ട് വെള്ളരിപ്രാവുകൾ !?

പ്രസ്താവന
"ഗുജറാത്തിൽ അംഹിസാ പ്രചരണത്തിനായി
ഗാന്ധി മന്ദിരങ്ങൾ സ്ഥാപിക്കും"
നരേന്ദ്ര മോദി

ഉത്തരാധുനികം
– മൂന്നു ബാലകവിതകൾ

കോഴിയും കുറുക്കനും

കോഴിക്കുഞ്ഞുങ്ങളെ
കുറുക്കനെ ഏൽപ്പിച്ചിട്ട്
ഒരു തള്ളക്കോഴി
സന്ന്യാസത്തിനിറങ്ങുന്നു.

കുറുക്കന്മാർ സസ്യഭുക്കായത്
മാനസാന്തരം കൊണ്ടല്ല
കോഴികൾ വിഷം വമിക്കുന്ന
വെറും ഇറച്ചികളായി
മാറിയത് കൊണ്ടാണ്

ആമയും മുയലും

പണ്ട്
ഓട്ടപന്തയത്തിൽ തോറ്റമുയൽ
ഇന്നലെയാണ് മടങ്ങിവന്നത്
കൂടെ വിജയശ്രീലാളിതയായ
ആ ആമയും ഉണ്ടായിരുന്നു
പിന്നീടൊരിക്കലും
ആ ആമയ്ക്ക്
സ്വന്തം അടുക്കളക്ക് അപ്പുറത്തേക്ക്
ഓടാനായിട്ടില്ല

ബാല്യം

പണ്ട് വള്ളി ട്രൗസറുമിട്ട്
ടയർ ഉരുട്ടി കളിച്ചവൻ ഡ്രൈവറായി
പീടിക കച്ചോടം വച്ച് കളിച്ചവൻ
ബിസിനസ്സുകാരനായ്
അച്ചിമാറി കളിച്ച മഹമ്മദ്
നാലുകെട്ടി ബാപ്പയായി
പരസ്പരം മാലയിട്ട് കളിച്ച ആമിന
നമ്മളെങ്ങനെ ഇത്ര അകലത്തായി ?

മുകളിലുള്ളവൻ

(തേങ്ങയ്ക്ക് വിലയില്ലാതായപ്പോൾ
ചെത്താൻ കൊടുത്ത തെങ്ങ്
അൽപ്പം ഇടത്തോട്ട് ചാഞ്ഞ്
മുറ്റത്ത് നിൽപ്പുണ്ട്
ഒരു ചോദ്യ ചിഹ്നം പോലെ....)

ഒന്ന്
പ്രിയ ചെത്തുകാരാ
ഓരോ ദിനവും
എത്ര തവണയാണ് നീ
മരണത്തിലേക്ക്
കയറിയിറങ്ങി കൊണ്ടിരിക്കുന്നത്

നീ മസ്തകം പൊതിച്ച
ലഹരി തോറ്റിയ
എത്ര ജീവിതങ്ങൾക്കാണ് നീ
സ്വപ്ന രാജ്യമെങ്കിലും
സ്വന്തമാക്കി കൊടുക്കുന്നത്
വെളിച്ചപെടാതെ കിടന്ന
എത്ര സത്യ നൊമ്പരങ്ങളാണ്
ഒരു പാട്ടകള്ളിൽ
തുളുമ്പി പോവുന്നത്

അഹന്തയിൽ പീറ്റയായിപോയ
എത്ര തലകളെയാണ് നീ
ഇങ്ങനെ ചെത്തി മിനുക്കി
നിഷ്കളങ്കമാക്കുന്നത്

അതെ
എത്ര പെട്ടെന്നാണ് നീ ഒരാളെ
ഭ്രാന്തനോ

കവിയോ കാമുകനോ
ഗായകനോ, ഉപദേശിയോ
വെളിച്ചപ്പാടോ ആകുന്നത്!

ഇന്നിപ്പോൾ എവിടെയും
നീയില്ലാതെ എന്താഘോഷമെന്ന്
ചിലർ

രണ്ട്
നേരം അന്തിയായി
അന്തിക്കാട്ടുവഴിയൊരു വണ്ടി വരുന്നുണ്ട്

അന്തിയടിച്ചുവരുന്ന
അച്ഛനെയും കാത്തിരിക്കുന്ന മക്കൾ
കാർക്കശ്യക്കാരനായ അച്ഛൻ
ഇനി മുതൽ കുട്ടിയാണ്
അച്ഛനാണിനി കുട്ടി
അച്ഛന്റെ കുസൃതികളിൽ
വീടുണരുന്നു

ഭയത്തിന്റെ തോട് പൊളിച്ച്
മക്കൾ പുറത്തിറങ്ങുന്നു.
അച്ഛനുറങ്ങുമ്പോൾ
വീടുറങ്ങുന്നു

പുതിയ പുലരി
ലഹരി മാഞ്ഞ അച്ഛൻ
വീണ്ടും ഭയത്തിന്റെ നിലവറ
മക്കൾ കാത്തിരിക്കുന്നു
അന്തിക്കായി.....

മൂന്ന്
ചെക്കനൊന്ന് പനിച്ച് മാറിയാൽ
പിറ്റേന്ന്
കോരാട്ടന്റെ മുറ്റത്ത് പൈങ്കുറ്റിയാ....

പൈങ്കുറ്റിക്ക് -
കുട്ട്യോൾക്കും, പെണ്ണുങ്ങൾക്കും
കള്ള് കുടുകിക്കാം.

എന്റെ മുത്തപ്പാ.......
എന്ന ഓരോ വിളിക്കും
ഓരോ ബീത്താണ്
ചെക്കൻ വിളിച്ചോണ്ടിരിക്കും
മുത്തപ്പാ..... മുത്തപ്പാ...
(ബീത്തപ്പാ..... ബീത്തപ്പാ.......)

മുത്തപ്പൻ പിറ്റേന്ന് പറയും
പണ്ട് അയിത്തം പറഞ്ഞ
തമ്പ്രാന്നും വന്ന് തലകുനിക്കും
ബീത്തും കുടിക്കും - പ്രസാദം

അയിത്തോം ഇല്ല
തീണ്ടലുമില്ല
കള്ളിന്റെ സമത്വം! ?

ഇനി-
മുത്തപ്പനെ തൊട്ടു കളിക്കാൻ
നീയാരാ -എന്നല്ലേ ?
ഞാൻ ഒരു മദ്യപാനിയോ
മദ്യവിരദ്ധനോ അല്ല
ഇതിനിടയിൽ
ഞാൻ വെറുമൊരു
മധ്യസ്ഥൻ

വാൽക്കഷണം
തേങ്ങ പറിക്കാരനെ കാണാതായത് പോലെ
ചെത്തുകാരനെയുംകാണാതാവുമോ ?
ഒടുവിൽ
എല്ലാം കണ്ട്
മുകളിലിപ്പോഴും

നീ തെങ്ങിൽ കയറാൻ വരുന്നതും കാത്ത്
കരസ്പർശമേൽക്കാൻ കൊതിച്ച്
താഴേക്ക് ചാടാതെ നിൽപ്പുണ്ട്
ചില തേങ്ങകൾ

ആദാമിന്റെ മരം

ശവകച്ചകെട്ടിയ
ആകാശത്തിന് കീഴിൽ
വിഷമഴയിൽ
കുളിച്ച് നിൽപുണ്ടൊരു മരം

ഇതന്ന് നാം
വിലക്കപ്പെട്ട കനി തിന്ന്
പരസ്പരം പുണർന്ന് നിന്ന
നമ്മുടെ തണൽ

ഇലകൊഴിഞ്ഞിട്ടും
വിഷംതളിച്ചവർക്കെതിരെ
ചില്ലകളുയർത്തി നിൽപ്പുണ്ട്
ചില ഒറ്റ മരങ്ങൾ

എങ്കിലും
ഓരോ മുറ്റത്തും
പൊള്ളലേറ്റ എത്ര ആകാശങ്ങൾ
ഒരിക്കലും തളിർക്കാത്ത
എത്രയെത്ര
കുഞ്ഞ് മരങ്ങൾ

ഒടുവിലവൻ പറഞ്ഞു
ഇനിയീ മരത്തിന് ഞാൻ
മരണമെന്ന് പേരിടും
ഈ മരത്തിൽ നിന്നാണല്ലോ
നീയാദ്യമായ്
പ്രണയത്തിന്റെ
വിഷകനി പറിച്ചുതന്നത്.

ഈർക്കിൾ

അടിയന്തിരാവസ്ഥ കാലത്ത്
അധികാരികൾക്കിടയിൽ
നിനക്ക് വലിയ പേരായിരുന്നല്ലോ
മൂന്നാം മുറക്കാർക്ക്
ലാത്തികളെക്കാൾ പ്രിയപ്പെട്ടവൻ

ഇന്ന്
സ്വയം പല്ലിന്റെയുള്ളിൽ കുത്തി
എച്ചിലുകൾ അയവിറക്കി
നീ പുളകമണിയുന്നു

വാരിച്ചുറ്റി കെട്ടി പെണ്ണുങ്ങൾ
ഉത്ത് വാരി കളയുമ്പോഴും
നീയും കാണുന്നുണ്ട്
ഒരു വരും കാലം

പ്രണയാർദ്രം

മഴത്തുള്ളി കൊണ്ടളക്കണം
ഓരോ പ്രണയത്തെയും
മഞ്ഞിൻ തുവൽ കൊണ്ടുണർത്തണം
ഓരോ മിഴികളും
കാണാത്ത കാഴ്ചകളുടെ
കടവുകളിൽ തോണിയിറക്കണം
തുഴഞ്ഞ് തീരാത്ത
കടലുപോൽ പ്രണയ ജീവിതം

കവിതക്ക് വേണ്ടി മരിക്കാൻ പറയരുത്
എന്നെമാത്രം വിശ്വസിച്ച്
എന്റെ മോതിര വിരലിൽ പിടിച്ച്
നിൽപ്പുണ്ടൊരുവൾ
എങ്കിലും
അവളുടെ കണ്ണ്പൊത്തി
കവിതയുടെ
പുതിയ ഭൂഖണ്ഡങ്ങളിലേക്ക്
കപ്പലിറക്കാറുണ്ട് ഞാൻ
എങ്കിലും
കടലെത്ര താണ്ടിയാലും
കരയിലേക്ക് തിരിച്ച് വിളിക്കുന്ന
വാക്കാണവൾ
എന്റെ വാക്ക്

മാമ്പഴക്കാലം

ഒടുവിൽ
കാണുമ്പോൾ
മുറ്റത്തെ മാവിൽ
ഊഞ്ഞാലാടുകയായിരുന്നു നീ

നിലത്ത് കിടന്ന് മാങ്ങകൾ
ഇപ്പോൾ മുകളിലേക്ക്
നിന്നെ നോക്കുന്നു

മാവിന്റച്ഛൻമാർ
വരിവരിയായി വന്ന്
അനുശോചിക്കുന്നുണ്ട്
അപ്പോഴും
കൊട്ടൻ കടിച്ചുപേക്ഷിച്ച
ഒരു മാങ്ങയിൽ നിന്നും
നിന്റെ മാമ്പഴക്കാലത്തിന്റെ മണം
ഓർമകളിലേക്ക്
ഒഴുകിപരക്കുന്നുണ്ടായിരുന്നു.

ഫെബ്രുവരി – 14

സ്നേഹത്തിൻ മുറിഞ്ഞ ഞരമ്പിൽ
ഇക്കുറിയും ഒരുപൂവ് വിരിഞ്ഞു
ഈ പൂവ് ഞാനാർക്ക് നൽകും?

ഒരിക്കൽ നീ
പ്രണയത്താൽ പൂത്തതും
പ്രണയത്താൽ ഇറുത്തതും
പ്രണയത്താൽ പകുത്തതും
ഈ പൂവിന്റെ ഹൃദയമായിരുന്നല്ലോ.

ഒടുവിൽ
മുറിഞ്ഞ
സ്നേഹ ഞരമ്പിലൂടെ നീ
ആകാശം കാട്ടിത്തന്നപ്പോൾ
എന്റെ
നിലിച്ച നീലിച്ച ഹൃത്തിലൊരു
പാമ്പിന്റെ പല്ലമർന്ന് കിടപ്പുണ്ടായിരുന്നു.

രണ്ട്

എനിക്കറിയില്ല
ജീവിതത്തിന്റെ ഏത് വളവിൽ വച്ചാണ്
നാം തമ്മിൽ കൂട്ടിയിടിച്ചത്

മരിച്ച് വീഴുമ്പോഴും
നീ തുറന്ന് വച്ച
കണ്ണിലൂടെയാണ്
ഞാനിന്ന് സഞ്ചരിക്കുന്നത്

ഇനിനിന്നെ
എന്റെ കണ്ണുകളിൽ
അലയാൻ വിട്ടിട്ട്
നീ കണ്ണടയ്ക്കുന്നതിന് മുമ്പെ
എനിക്കീ ജീവിതത്തിന്
അകത്ത് കടക്കണം

ചിലപ്പോൾ
എന്റെ നെറ്റിയിൽ
ചോരകൊണ്ടൊരുവൾ
ചുട്ടികുത്താറുണ്ട്
ഒട്ടുവിൽ
സ്വന്തം സിരമുറിഞ്ഞ കടലിൽ
ജീവനൊടുക്കിയവൾ

അർത്ഥഗർഭം

ഇപ്പോൾ
എവിടെയും കാണാനില്ല
വക്ക്പൊട്ടിയ അക്ഷരങ്ങൾ
പിഴച്ച്പോയ വരികൾ
കാരണം
സുരക്ഷിത മാർഗ്ഗങ്ങളില്ലാതെ
വാക്കുകൾപോലും
പരസ്പരം
ചുംബിക്കാതായിരിക്കുന്നു.

സഖാവ്

അപൂർണ്ണതയെ
അതിജീവിക്കാനാണല്ലോ
ഓരോ ശ്രമവും
പൂർണ്ണമായ ഒരുവാക്യം
ഒരുവരി
ഒരു വാക്ക്

എനിക്കൊരു വാക്ക്യമാകേണ്ട
ഒരു വരിപോലുമാവേണ്ട
പൂർണ്ണതയുള്ള
ഒരുവാക്ക്
ഒരു
ഒറ്റവാക്ക്
സഖാവ് -

സ്ഥലമുറിവുകൾ

ആധാരത്തിന്
ആധികാരികതയില്ലെന്ന് പറഞ്ഞ്
അധികാരി കൈക്കൂലി ചോദിച്ചപ്പോൾ
അസ്വസ്ഥതയുടെ അതിരുകൾ ഭേദിച്ച അച്ഛൻ

ആഞ്ഞടിച്ച അധികാരിയുടെ മുഖത്ത്
രേഖകൾ തെളിഞ്ഞ് കാണാമായിരുന്നു
ആധികാരികമായി തന്നെ

ചിലമണ്ണ് അങ്ങനെയാണ്
മണ്ണിലേക്കടുക്കും വരെ
സ്വൈര്യം തരില്ല
തർക്കിച്ചും തമ്മിൽതല്ലിയും
ഒടുവിൽ ലഭിക്കുന്നതോ
ആറടി മാത്രം
മണ്ണു ചോദിക്കുന്നു
ഇനിയും എത്ര
അതിരുകളാൽ
വേർതിരിക്കപ്പെടണം ഞാൻ
ഈ സ്ഥമുറിവുകൾ
തീരുന്നില്ലല്ലോ!?

ചില പിറവികൾ

അപ്പൂപ്പൻ താടിപോലെ
പൊങ്ങിയ തലയണ ഇന്ന്
അവളുടെ കണ്ണീരിൽ കുതിർന്ന്
പിഞ്ഞിപോയിരിക്കുന്നു
എന്നിട്ടും
എന്റെ സ്വപ്നത്തിന്റെ പുതപ്പിൽ
അവൾ കോറിയിട്ട ആകാശത്തിന്
ഇപ്പോഴും നിറം
കടും നീല തന്നെ
ഒടുവിൽ
സ്വപ്നത്തിന്റെ
ഒരു കീറ് ആകാശം
എനിക്ക് തന്നിട്ട്
അവളുറങ്ങാൻ പോവുന്നു.

ഉണർവിനും ഉറക്കത്തിനുമിടയിൽ
അപ്പോഴും
എന്റെ കവിതയുടെ
ഉമ്മറപ്പടിയിൽ
നക്ഷത്രങ്ങളെയും സ്വപ്നംകണ്ട്
ഞാൻ
പുലരുമ്പോൾ
ഞാൻ നിലത്ത്
ചുരുട്ടി കൂട്ടിയെറിഞ്ഞ
കടലാസ് തുണ്ടുകൾ ഓരോന്നായ്
അവൾ നെഞ്ചോട് ചേർത്ത് പറയും
തനിക്ക്
പിറക്കാതെപോയ കവിത കുഞ്ഞുങ്ങൾ !

ചില വെയിൽ മഴകൾ

ഒന്ന്

ഇന്നലെ
സപ്തസ്വര മണ്ഡപത്തിൽ നിന്ന്
പാടുന്നുണ്ടൊരുവൾ
ആ തൂണിൽ ചാരി
കാതോർത്ത് നിൽപ്പുണ്ടൊരുവൻ
ഉള്ളിലെ
കലയും കലാപവും
വേർതിരിച്ചറിയാത്ത കാലത്ത്
വേർപിരിഞ്ഞ് പോയവർ

ഇപ്പോഴും
പത്മതീർത്ഥകടവിൽ
ഒറ്റയ്ക്കിരിപ്പുണ്ട് ഓർമ്മകൾ
മുങ്ങി നിവർന്നെത്തുമോ
പുതുപുലരികൾ ?

രണ്ട്

കാലത്ത്
മഞ്ഞ് വീണവഴിയിലൂടെ
കുന്ന്കയറി പോവുന്നുണ്ട്
ഓർമ്മകൾ

കുന്നിൻ മുകളിലെ
ഏതോ ഒരു വളവിൽ
ഉത്തരം കിട്ടാത്ത ഒരു ചോദ്യത്തിന്റെ
വെയിലും മഴയും കൊണ്ട്
വാടാതെ നിൽപ്പുണ്ടൊരുപൂവ്

ഇന്നലെ

ആ പൂവുകൾക്കിടയിൽ നിന്ന്
വീണ് കിട്ടിയ പേന
അതിലിന്നു
ഓർമ്മകളുടെ മഷിനിറച്ച്
അവനെഴുതി കൊണ്ടേയിരിക്കുന്നു

മൂന്ന്

ഇപ്പോൾ
പ്രണയത്താൽ പൂത്തും
വിരഹത്താൽ കരിഞ്ഞും
ഹൃത്തിലുണ്ടൊരു ചെടി
കൊണ്ട മഴയും
കണ്ട നിലാവും
തഴുകിയ കാറ്റും ചേർന്ന്
ഓരോ ഇലയിലും
ഇതളിലും പൂവിലും
തന്നെ കൊത്തിവച്ച ചെടി

അയക്കാത്ത കത്തുകൾ

ഒന്ന്

അത്
പൂക്കളുടെ പ്രഭാതമായിരുന്നു
പൂക്കളിൽ മഞ്ഞ് ഉരുകി തുടങ്ങുന്നതേയുള്ളൂ.
ഇലയനക്കം മാത്രമുള്ള നടപ്പാതയിൽ
ഒരു പുതപ്പ് പോലുമില്ലാതെ
തണുത്ത് വിറച്ച് ഞാൻ

എനിക്കോർമ്മയുണ്ട്
അന്ന് ഞൻ മഴനനഞ്ഞ് ഓടികയറിയ വഴി
എന്റെ സ്വപ്നത്തിലേക്ക്
നനഞ്ഞ് കുതിർന്ന ചിറകുമായ്
അവൾ വന്നതും അന്നായിരുന്നു

എന്റെ നെഞ്ചിലൊട്ടി ചേർന്ന്
ചിറകുകൾ വിടർത്തി
കണ്ണുകളിൽ ഉമ്മവച്ചവൾ
പച്ചപ്പാടങ്ങൾക്കപ്പുറത്തെ
ഇരമ്പുന്ന റോഡിലേക്ക് പാഞ്ഞ് പോവുമ്പോൾ
എനിക്കറിയില്ലായിരുന്നു
അവൾ എന്റെ നെറ്റിയിൽ വരച്ച
ചോദ്യത്തിന്റെ അർത്ഥമെന്താണെന്ന് ?

എനിക്കും
അവൾക്കുമിടയിൽ പെയ്തമഴ ഇപ്പോഴില്ല
ഒടുവിൽ
ഈ തണുത്ത കാറ്റിൽ
ഞാൻ ഓർമ്മകളുടെ കമ്പിളി പുതപ്പും ചുറ്റി
ഒറ്റയടിപ്പാതയിലൂടെ നടന്ന് പോവുന്നു

എനിക്ക് പിന്നിലിപ്പോൾ
ഇലകളും പൂക്കളും കൊഴിഞ്ഞ പാത
എന്റെ കാലടിപ്പാടുകളും
അത് മായിച്ചു കളയുന്നു
ഒരുകാലടിപ്പാട് പോലും
ബാക്കിയാവാത്ത യാത്ര
തീർച്ചയായും - അത്
എന്റെ സ്വപ്നം തന്നെ

രണ്ട്

വഴിയിൽ മഴചാറി തുടങ്ങിയിരിക്കുന്നു
പുതുമഴ- പച്ചമണ്ണിന്റെ ഗന്ധം
ചൂടൻ ചിന്തകൾക്ക് മുകളിൽ
ഒരു ചെറു സാന്ത്വനം
ഈ വഴി
അവൾ കാത്ത് നിൽക്കാറുള്ള വഴി
ഒരുമിച്ച് നടക്കാൻ കൊതിച്ച വഴി

ഇരുവശത്തും
പൂക്കൾ വിരിഞ്ഞ് നിൽക്കുന്ന വഴി
ആ പൂക്കൾക്കിടയിൽ നിന്ന്
നിന്നെ തിരിച്ചറിയുക പ്രയാസം തന്നെ

എന്നും കാത്തുനിൽക്കും
ഞാനെത്തുമ്പോഴേക്കും
പൂക്കൾക്കിടയിലെവിടെയോ
നീ മറയും

ഒരു ദിവസം
അവളെ കണ്ടില്ല
അവൾ നിൽക്കാറുള്ള സ്ഥലത്ത്
വീണ് കിടന്ന ഒരു ഇതൾ കൊഴിഞ്ഞ പൂവ്
ഓർമ്മയിലിപ്പോൾ ബാക്കി അതുമാത്രം

ഓർമ്മകൾ അങ്ങനെയാണ്
ചിലപ്പോൾ
ഒരിതൾപോലും ബാക്കിയാക്കാത്തത്

മൂന്ന്

അൽഷിമേഴ്സ്

മുഖം കണ്ടാലറിയാം
ഇന്നലെ ഏതോ രാത്രി വണ്ടിയിലാണ്
അവൾ വന്നിറങ്ങിയത്
ഞാൻ റയിൽവേ സ്റ്റേഷനിലെ
ചാരു കസേരയിൽ
വണ്ടിയുടെ താളം കേട്ടിരിക്കുകയായിരുന്നു

അടുത്ത് വന്ന പാദസരത്തിന്റെ കിലുക്കം
എന്നെ പേര് ചൊല്ലി വിളിച്ചപ്പോൾ
ഞാൻ അമ്പരക്കുകതന്നെ ചെയ്തു
ഏതോ സ്വപ്നത്തിൽ നിന്ന് നേരിട്ട്
ഇറങ്ങി വന്നവളെ പോലെ
അവളടുത്ത്

വലിയ സ്വാതന്ത്ര്യത്തോടെ
എന്റെ അരികിലിരുന്ന്
കണ്ണിലേക്ക് തന്നെ നോക്കി
ഒന്നും പറയാതെ അവളിരുന്നു
ഓർമ്മകളിൽ തപ്പിതടഞ്ഞ് ഞാനും

എവിടെ വച്ച് ?
എപ്പോൾ മറന്നിട്ട്പോയ മുഖം ?

ഓർത്തെടുക്കാൻ നോക്കേണ്ട
നാം കണ്ടിട്ടുണ്ട്
മിണ്ടിയിട്ടുണ്ടാവില്ല
എന്നിട്ടും മനസ്സിലായില്ല അല്ലേ

എങ്കിൽ മനസ്സിലാക്കേണ്ട
പഠിക്കുന്ന കാലത്ത്
നീ എന്റെ ഒരു സ്വപ്നമായിരുന്നു
എന്റെ നിറമുള്ള സ്വപ്നം

അതെ ഞാൻ
നീ കണ്ടിട്ടും നോക്കാതെ പോയ അതേ പൂവ് തന്നെ

ഇപ്പോൾ
എന്റെ സ്വപ്നം
എന്റെ പ്രിയപ്പെട്ട സ്വപ്നം
വഴിയരികിൽ ഉപേക്ഷിക്കപ്പെട്ടപോലെ കണ്ടപ്പോൾ
ഞാനിറങ്ങി വന്നതാണ്
ഒന്ന് മിണ്ടാൻ
ഇപ്പോഴെങ്കിലും നീയെന്നെ നോക്കിയല്ലോ
മതി - എനിക്കിനി മരിക്കാം.

പെട്ടെന്ന്
ഒരു രാത്രി വണ്ടി വളരെ വേഗത്തിൽ
കൂകി പാഞ്ഞ്കൊണ്ടവന്റെ മുമ്പിലൂടെ അകന്ന്പോയി
ഒപ്പം അവളും

വണ്ടിയുടെ
അവസാനത്തെ നിലവിളിയും അകന്ന് പോവുമ്പോൾ
ഇങ്ങേയറ്റത്ത്ബാ
ക്കിയായ ഒരു നിലവിളി പോലെ ഞാൻ

അങ്ങേയറ്റത്ത്
മായുന്ന ഒരു പൊട്ട്പോലെ
ഓർമ്മകളുടെ
ആ രാത്രി വണ്ടി

പ്രണയം

പ്രണയം
രണ്ട് പേർക്കിടയിലെ
ഒരു പ്രശ്നമാണ്
കെട്ടിപിടിച്ചോ
ഉമ്മവച്ചോ
വേർപിരിഞ്ഞോ
അത് നിർദ്ദാരണം ചെയ്യേണ്ടതും
അവർ തന്നെ

2

നടക്കാൻ
സ്വപ്നത്തിന്റെ നാൽവഴി
പിരിയാൻ,
യാഥാർത്ഥ്യത്തിന്റെ
ഒറ്റവഴി

പാമ്പ്

ഇന്നലെ
ഞാൻ നോവിച്ച് വിട്ടൊരു പാമ്പ്
എന്നെ കടിക്കാതെ കടന്ന് പോയി
അവളുടെ സൗജന്യത്തിൽ
ഞാനിപ്പോഴും ജീവിക്കുന്നു.

മെൻസസ്സ് കാർഡ്

(എല്ലാ മാതൃഹൃദയങ്ങൾക്കും)

പ്രളയ മുനമ്പിൽ
ഇരിക്കുംനേരം കാണാം
നീർച്ചുഴികളിൽ ഒരു ഇല
അതിന്റെ അതിജീവനത്തെ
അടയാളപ്പെടുത്തുന്നത്
ഓർക്കുക

പ്രളയത്തിൽ
ഒലിച്ച്പോയിട്ടില്ല
ദേശകാർഡ് ഇല്ലാത്തതിനാൽ
അടിവയറ്റിൽ ത്രിശൂലങ്ങൾ
പുളഞ്ഞ പകലിൽ
നിലവിളികളൊടുങ്ങി
തൊണ്ടയടഞ്ഞ്പോയ
ഒരുശംഖ്

ഒലിച്ച് പോയിട്ടില്ല
ബാംഗ് വിളിക്കിടയിൽ
വാളണയ്ക്കുന്ന ശബ്ദം കേട്ട്
നിസ്കാര തയമ്പ് പൊട്ടിചത്ത
മുക്രിയുടെ ജഡം
ഒലിച്ച് പോയിട്ടില്ല

മുറ്റത്തെമാവിൽ
ഇന്നലെ ഋതുമതിയായവൾ
മഴവള്ളികളിൽ
കിടന്ന് ആടിയ ഊഞ്ഞാൽ
ആർക്കറിയാം
അവൾ കേട്ടിട്ടുണ്ടാവുമോ
വരാനിരിക്കുന്ന

ഈ കറുത്ത പ്രളയത്തിന്റെ
കാലൊച്ചകൾ
ഇന്നാപ്രളയ നദിക്കരയിൽ കണ്ടു
മെൻസസ്സ് കാർഡ് ഇല്ലാത്തതിനാൽ
മലയിറിക്കിവിട്ട
അവളെ

ഇനി ഒറ്റചൊദ്യം
'മെൻസ്സ് കാർഡ്' ഇല്ലാത്തതിനാൽ
മലകയറാനാവാതെ പോയ
അവളൊടൊപ്പം പ്രളയ നദിയിലേക്ക്
മലയിറങ്ങിപോയ ദൈവത്തെ
നാം ഏത് കടലിലാണ് തിരയുക?

വാൽക്കഷണം

അവൾ പ്രസവിച്ചു.
ഒരു അമ്മ ജനിച്ചു.

പ്രളയാനന്തരം ഭൂമിയിൽ സംഭവിക്കുന്നത്

(ഭൂമിയുടെ ഹൃദയംതേടി പോയവൾക്ക്)

ആകാശം ഭൂമി

നീ ഭൂമിയുടെ
ഹൃദയം തേടി പോയവൾ
ഞാൻ ആകാശത്തിന്റെയും
നീ ഭൂമിയുടെ
അഗാധതയിൽ പാർക്കാൻ കൊതിച്ചവൾ
ഞാൻ നക്ഷത്രങ്ങളിലും

ഇന്നലെ
നക്ഷത്രങ്ങളെ വാരിയണിഞ്ഞ
ഒരു പെണ്ണ്
ആ പുഴക്കരയിൽ നിലാവിനെ നോക്കി
മുഖം മിനുക്കുന്നത് കണ്ടു.

ആകാശം
മുകളിലല്ല
ഭൂമിയുടെ ഹൃദയത്തിലാണെന്ന്
അവനറിഞ്ഞത് അപ്പോഴാണ്

പെൺസൂര്യൻ

ഭൂമധ്യരേഖയും കടന്ന്
കപ്പൽ നങ്കൂരമിട്ടപ്പോഴാണവൾ
ആർത്തവ കടലിൽ
വീണ് പോയ നിലാവിനെ കണ്ടത്.

അരികിലപ്പോൾ
ആദ്യമായി
നിലാവിൽ കുളിച്ച പെണ്ണ്
ഉള്ളിൽ പെയ്ത ചോപ്പിനാൽ

കലണ്ടറിൽ
പൊട്ട് കുത്തുകയായിരുന്നു.
ഒടുവിൽ
കറുപ്പ് മൂടാൻ പോയ
നിലാവിനെ വീണ്ടെടുത്ത് അവൾ
സ്വന്തം
ഹൃദയത്തിൽ ചേർത്ത് വയ്ക്കുന്നു
നക്ഷത്രങ്ങളായ് പൂത്ത
അവളുടെ
ഉയർന്ന കരങ്ങളിലപ്പോൾ
ഒരു സൂര്യൻ
ജ്വലിച്ച് നിൽപുണ്ടായിരുന്നു

പ്രളയഭൂപടം

നാം ചരിത്രങ്ങളിൽ
ചുവപ്പിനാൽ വരച്ച് വച്ച
എത്ര അപായ സൂചനകളെയാണ്
അത് മുക്കി കളഞ്ഞത് -
പക്ഷെ - ഇപ്പോൾ
പുഴ ഇറങ്ങിപ്പോയ വഴികളിൽ കാണാം
കറുപ്പിന്റെ ഘോഷയാത്രകൾ
നാം ഒരു പ്രളയം കൊണ്ടും
ഒന്നും പഠിക്കാത്തവർ!?
ഒടുവിൽ
ഭൂമിയുടെ ഹൃദയം തേടിപ്പോയവൾ
കരയുടെ നെറ്റിയിൽ
പുഴ കുറിയിട്ട് പോയ
ചുംബനങ്ങളെ ചേർത്ത് വരച്ച്
ഒരു ഭൂപടം നിർമ്മിക്കുന്നു
പ്രളയഭൂപടം

ഓർമ്മയിൽ മറവി പെയ്യുമ്പോൾ

ചിലപ്പോൾ
ജനൽപാളികൾ പതുക്കെ തുറന്നോ
വാതിലിൻ മറവിൽ നിന്നോ
ചരിഞ്ഞ്
ചാരുകസേരയിലേക്ക്
അവളുടെ ഒരു നോട്ടമുണ്ട്.
ചിലപ്പോൾ
ഓർമ്മകളുടെ
കുന്ന് കയറാൻ തുടങ്ങുമ്പോഴായിരിക്കും
അവളുടെ വിളി.
'അരിവാങ്ങാൻ മറക്കണ്ട
അപ്പോൾ
ഓർമ്മയിൽ തികട്ടിവന്നതെല്ലാം
മറവിയുടെ തൊടിയിലേക്ക് നീട്ടിതുപ്പി
കറുത്ത വാലൻ കുടയുമെടുത്ത്
നരച്ച വെയിലിലേക്ക്
അയാൾ കുന്നിറങ്ങും
ചിലപ്പോൾ
കട്ടൻ ചായയും നീട്ടി കൊണ്ടവൾ
തിരിച്ച് വിളിക്കും
അപ്പോഴേക്കും
ഓർമ്മകളുടെ കൈയ്യും പിടിച്ച്
അയാൾ
മറവിയുടെ
പാതാളിക്കരയിലെത്തിയിട്ടുണ്ടാവും
ഓർമ്മയിലെപ്പോഴും
പെയ്തിറങ്ങാറുള്ള ഒരു മഴ
പാതാളക്കരയിലപ്പോഴും
നിർത്താതെ
പെയ്ത് കൊണ്ടിരിക്കുന്നുണ്ടാവും